BINI *Gặp Rắc Rối*

Tác Giả : Mamta Bhatia

Minh Họa : Yasmin Jones

Published in 1993 by Magi Publications
in association with Star Books International, 55 Crowland Avenue, Hayes, Middx UB3 4JP
© Magi Publications, 1993
Typeset by Impressions Bureau, London
Printed and bound in Italy by Grafiche AZ, Verona
ISBN 1 85430 305 8

BINI *in Trouble*

by
Mamta Bhatia

Illustrated by
Yasmin Jones

Translated by My Tang

Magi Publications, London

Mẹ và Bini sắp sửa đi chợ, và William, bạn thân nhất của Bini,
cũng sẽ đi cùng với họ.
"Con có thể tiêu tiền túi của con được không?" Bini hỏi.
"Được, nhưng đừng quên là con phải mua quà tặng cho bà," Mẹ nói.
Mẹ lấy những đồng năm xu của Bini đổi thành hai đồng bảng.
"Giữ cho cẩn thận nhé," mẹ dặn.

Mummy and Bini were going to the market, and William,
Bini's best friend, was coming with them.
"Can I spend my pocket money?" asked Bini.
"Yes, but don't forget you must buy a birthday present for
Granny," said Mummy.
Mummy exchanged Bini's fivepenny pieces for two pound coins.
"Take care of them," she said.

"Con không thể tiêu *chút nào* cho con à?" Bini hỏi, trong khi cùng mẹ đi đón William.

"Để xem sao đã," Mẹ nói.

Bini và William nhảy lò cò từ viên đá lát hè này sang viên khác.

"Con quái vật sẽ từ dưới đất chui lên và vồ lấy cậu nếu cậu chạm vào vạch," William nói.

Bini nhảy một bước dài, và một trong những đồng bảng rơi ra khỏi túi áo cô bé.

Nó lăn thẳng vào rãnh nước và rơi xuống cống.

"Can't I spend *any* of it on myself?" asked Bini, as they went round to collect William.

"We'll see," said Mummy.

Bini and William hopped from one paving stone to another.

"A monster will come out of the ground and grab you if you touch a line," said William.

Bini took a big leap, and one of her pound coins fell out of her pocket.

It rolled right into the gutter and down the drain.

Bini nằm ép xuống và cố sức mở nắp cống. Nó không hề xê dịch.
Sau đó William lấy một thanh gỗ dài ở một cái thùng rác lớn,
và dùng nó làm đòn bẩy. Đột nhiên, thanh gỗ gẫy đôi, và
William ngã về phía sau - đè ngay lên Bini.
"Ối!" cô bé thét lên.

Bini lay flat on her tummy and tried to open the drain cover.
It wouldn't budge. Then William took a long piece of wood from
a skip, and used it as a lever. Suddenly, the wood broke in half,
and William fell backwards – right on top of Bini.
"Ow!" she yelled.

"Con đang làm *gì vậy?*" Mẹ vừa kêu lên, vừa nhìn quanh.

"William đè bẹp con rồi," Bini vừa nói, vừa ngồi dậy.

" Mẹ *đã bảo* con phải cẩn thận mà," Mẹ nói. "Hãy nhìn cái quần lem luốc của con kìa."

"Con chỉ có thể biếu bà nửa món quà thôi," Bini buồn bã nói.

"Mẹ sẽ cho con một đồng bảng khác," Mẹ nói. "Nhưng *mẹ sẽ* giữ nó lần này."

"What are you doing?" cried Mummy, looking round.

"William squashed me flat," said Bini, sitting up.

"I told you to be careful," said Mummy. "And just look at your filthy jeans."

"I can only give Granny half a present," said Bini sadly.

"I'll give you another pound," said Mummy. "But *I'll* take care of it this time."

"Kìa," William nói. "Có con chó đang đi theo chúng ta."
"Xua nó đi chỗ khác," Mẹ nói.
Bini nhìn con chó, và con chó nhìn Bini.
"Chú có đôi mắt thật là buồn, Chó ạ," Bini nói, và cho nó một cái kẹo cô bé tìm thấy trong túi. Con chó nuốt chửng cái kẹo, và theo họ dọc đường đi . . .

"Look," said William. "There's a dog following us."
"Shoo it away," said Mummy.
Bini looked at the dog, and the dog looked at Bini.
"You've got very sad eyes, Dog," said Bini, and she gave it a sweet she had found in her pocket. He gulped it down, and followed them along the road . . .

Chợ lúc đó rất đông. Bini nhìn quanh các quầy hàng, nhưng cô bé không thể tìm thấy cái gì cho Bà cả - ít nhất, chẳng có thứ gì mà cô bé đủ tiền trả.

"Con chó vẫn đang theo chúng ta," William nói.
"Tớ nghĩ là nó đói," Bini nói.
Con chó, William và Bini đứng chờ bên cạnh Mẹ ở một quầy rau quả, con chó hếch mũi lên trên không.

The market was very busy. Bini looked round the stalls, but she couldn't see anything for Granny – at least, nothing that she could afford.

"That dog's still following us," said William.
"I think he's hungry," said Bini.
The dog, William and Bini waited beside Mummy at the vegetable stall, the dog with his nose in the air.

"Kìa, một quầy bán chả bơ-gờ," William nói.
"Có lẽ họ sẽ cho con chó đói một miếng," Bini nói.
Nhưng con chó đã tới đó trước. Nó nhảy lên và tự lấy. Thêm mấy miếng chả bơ-gờ rơi xuống đất, và con chó cũng đớp hết.

"Look, a burger stall," said William.
"Perhaps they'd give one to a hungry dog," said Bini.
But the dog got there first. He leaped up, and helped himself.
Several more burgers fell to the ground, and the dog snapped them up, too.

"Này!" người đàn ông gọi một cách cáu kỉnh. "Nhìn xem con chó của cô làm gì này!"
"Thực ư, Bini," Mẹ nói. "Mẹ đã bảo con xua con chó đi chỗ khác mà. Nó không phải là chó của chúng tôi," mẹ giải thích cho người chủ quầy hàng.

"Hey!" called the man angrily. "Look what your dog's done!"
"Really Bini," said Mummy. "I told you to shoo the dog away. It's not our dog," she explained to the stallholder.

"Thôi đi đi, trước khi nó lại đi theo chúng ta," Mẹ nói. Nhưng đã quá muộn. Con chó nhảy cỡn lên với Bini, cái đuôi nó ve vẩy.

"Con nghĩ nó muốn một cái kẹo nữa," Bini nói.

"Con không được làm vậy!" Mẹ đe.

"Let's go before he follows us again," said Mummy. But it was too late. The dog bounded up to Bini, his tail wagging.
"I think he wants another sweet," said Bini.
"Don't you dare!" warned Mummy.

Đột nhiên, một con mèo từ dưới gầm một quầy hàng chạy vọt ra, xuyên thẳng vào chợ. Con chó chạy theo và rối rít kêu lên ăng ẳng, hàng chồng trái cây, hộp bìa, và các thùng hoa bắn đi tứ tung. Con chó bị một cái khăn phủ lên lưng khi nó đuổi theo con mèo qua một quầy bán vải.

"Chúng ta bắt nó đi!" William kêu.

Suddenly a cat ran out from under a stall, straight through the market.
The dog followed, yelping wildly, and piles of fruit, cardboard boxes, and buckets of flowers all went flying. The dog had a scarf draped over his back as he chased the cat through a clothing stall.

"Let's catch him!" cried William.

Khi Bini chạy theo William, cô bé bị trượt phải cái vỏ chuối, và ngã vào một quầy hàng. Quầy hàng đổ kềnh, gim cài áo, hoa tai và dây chuyền lăn khắp nơi.

"Tất cả là lỗi tại con," Mẹ vừa quát, vừa thở phù phù và nói hổn hển ở đằng sau. "Nếu con không cho nó kẹo thì đã chẳng xảy ra điều này."

As Bini ran after William, she slid on a banana skin, and fell against a stall. It tipped over, and brooches, earrings and necklaces rolled everywhere.

"It's all your fault," shouted Mummy, who was puffing and panting behind. "If you hadn't given him that sweet, none of this would have happened."

Bini, William và Mẹ cúi xuống giúp người chủ quầy hàng nhặt
các đồ trang sức lên.
Con mèo đã chạy thoát. Con chó khụt khịt quanh quầy hàng một tí,
rồi biến mất.

Bini, William and Mummy bent down and helped the
stallholder pick up the pieces of jewellery.
The cat had gone. The dog snuffled round the stall for a little,
then disappeared.

Bên cạnh quầy hàng Bini phát hiện ra một cái gim cài áo màu đỏ đẹp lóng lánh.

Thật vừa hợp để cho Bà!

"Cái này bao nhiêu tiền?" Bini vừa hỏi, vừa giơ lên.

"Một đồng năm mươi xu," chủ quầy hàng nói.

Mẹ đưa tiền cho cô bé, và Bini mua cái gim.

By the side of the stall Bini spotted a lovely sparkly red brooch.

Just right for Granny!

"How much is this?" asked Bini, holding it up.

"One pound fifty," said the stallholder.

Mummy gave her the money, and Bini bought the brooch.

"Con còn lại năm mươi xu," Bini nói. "Con có thể mua sôcôla được không, hả mẹ?"
"Đủ mua hai thanh đấy," Mẹ nói. "Một thanh cho con và một thanh cho William - còn Mẹ sẽ cắn ở mỗi thanh một tí."

"Miếng của mẹ đâu?" Mẹ hỏi trong khi họ đi về nhà. Thanh kẹo của William đã hết, và thanh của Bini cũng vậy.
"Ồ!" Mẹ cằn nhằn . . .

"I've got fifty pence left," said Bini. "Can I buy some chocolate, please?"
"There is enough for two bars," said Mummy. "One for you and one for William – I'll have a bit off each of them."

"Where's my bit?" asked Mummy as they all walked home. William's chocolate had all gone, and so had Bini's.
"Oh no!" groaned Mummy . . .

Con chó đứng ở gốc phố, đang liếm mép.

The dog stood on the corner of the street, licking his lips.